கவிநள்

(கவிகளின் தலைவி)

வெ.சந்துரு

aelay
publish

வெ.சந்துரு

Published By:
Aelay Publish
5/175, Fathima nagar,
Kuthenkuly,
Tirunelveli -627104
Phone: 9944992571

Design And Executed by

ISBN 978-93-5533-401-5
Page : 102

சமர்ப்பணம்

என் அண்ணனுக்கு

வெ. சூர்யா

வெ.சந்துரு

நினைவில் எரியும் சுடர்

உன் முகம் நினைவில் வந்து வந்து போகிறது. வந்த முகம் ஏன் போகிறது. போன முகம் ஏன் மீண்டும் திரும்பி வருகிறது. வராமலே இருந்துவிட்டால் தான் என்ன? போகாமலே இருந்துவிட்டால் கூட நல்லத தானே?

காதல் துளிர்த்துவிட்ட நெஞ்சில் ஆயிரமாயிரம் கேள்விகள். அவ்வளவு எளிதாகக் காதல் உணர்வைக் கடந்து போய்விட முடிவதில்லை. சுவர் விரிசலில் முளைத்த சிறுசெடிக்குத் தண்ணீர் ஊற்றுவது யார்? தானாய் முளைத்துத் தானாய் வளர்ந்து நின்று காற்றுக்கு ஆடிக்கொண்டிருக்கிறது.

ஓர் ஆணுக்குப் பெண்ணும், ஒரு பெண்ணுக்கு ஆணுமாக ஒத்திசைவு நிகழும் இனிப்புப் பொழுதுகளை அவர்கள் சங்கின் ஒலியாக காலமெல்லாம் கேட்டக்கொண்டிருக்கிறார்கள். அந்த ஒலி சொற்களாக மாறுகிற இனிய தருணத்தைக் கவிதைகளாக்கி மகிழ்கிறார்கள்.

ஆணுக்குள் இருக்கும் பெண்மையும், பெண்ணுக்குள் இருக்கும் ஆண்மையும் சந்தித்துக்கொள்ள வேண்டும். அப்போது தான் காதலின் முடிவுறாப பெருவெளியின் கதவு திறந்து உயிரின் பறத்தல் சாத்தியப்படும்.

வெட்டப்பட்ட மரத்தின் கண்ணீரைத் துடைத்துவிட காதலின் விரல்களே நீள்கின்றன. சாலையில் நசுங்கிச் செத்த நத்தைக்காக அஞ்சலி செலுத்துகிறது காதல், அது பெருங்கருணையில் மலர்கிற அற்புத மலர்.

விட்டுக்கொடுத்துப் போகும் நெகிழ்வும், விட்டுக்கொடுக்காமல் இருக்கும் உறுதியும் கொண்ட அந்த அற்புத மலரை நெஞ்சுக்குள் சூட்டிக்கொள்ளும் போது தான் வாழ்வின் புதிய பக்கங்களைக் காணும் பக்குவம் பிறக்கிறது.

ஓர் இளைஞனின் நெஞ்சம் ஒருத்திக்காக ஏங்குகிறது. அந்த ஒருத்தி காதோரம் சரிந்து விழும் மயிர்க்கற்றையோடு அவனைக் கடந்து போய்க்கொண்டிருக்கிறாள். மும்மூன்று மணி கொண்ட கால் கொலுசுகள் சலசலக்கப் போய்க்கொண்டிருக்கிறாள். முத்துகள் சிதற சிரித்தபடி போகிறாள். யுத்தம் செய்கிற விழியினால் பார்த்தபடி போகிறாள்.

அவனின் இதயச் சுவரில் ஒரு சிறுசெடி தானாக முளைக்கிறது. தானாக வளர்ந்து தனியாக ஆடிக்கொண்டிருக்கிறது காற்றில். என்னையும் உன்னோடு சேர்த்தக்கொள்வாயா என்று கேட்டுக்கொண்டு நிற்கிறான் அவன்.

அவனுக்குள் முகிழ்கிற கேள்விகள் இங்குக் கவிதைகளாக விரிகின்றன. தனக்கும், அந்த ஒருத்திக்கும் இடையில் நிகழ்கிற ஒத்திசைவுகளை நெஞ்சில் நிறுத்திக்கொண்டு அவற்றைச் சொற்களாக்கி இந்தக் கவிதை நூல் பிறக்கிறது. எளிய காதலனின் குறும்புச் சொற்களால் இந்தக் கவிதை நூல் விரிகிறது.

உன் நினைவுகள்
வரும் போதெல்லாம்
வாடிய இதயத்தில்
பூ பூக்கும்
கடும் வெயிலும்
மழையாக மாறும்
அனல் காற்றும்
பனித் துளியாக மாறும்
இவை எல்லாம் தாண்டி
கண்ணின் ஓர நீர்த்துளிகள்
கடலாக மாறும்

என்ற எழுதுகிற மனம் வாய்த்திருக்கிற இளைஞனாக சந்துரு தனது முதல் கவிதைத் தொகுப்போடு வருகிறார். வரவேற்று வாழ்த்துவது நமது கடமை

பெண்ணுக்கு ஆணும், ஆணுக்குப் பெண்ணும் எதிரெதிர் கண்ணாடிகள். கண்ணாடியை மட்டுமே பார்த்துக்கொண்டிருக்கக் கூடாது. அதன் வழியாக இந்தச் சமூகத்தை, வாழ்வின் நுட்பங்களை, இயற்கையின் ஒழுங்குகளை கூர்ந்து நோக்கும்படி பார்வை விரிய வேண்டும். வாசிப்பின் வழியாக நேசிப்பைக் கூர் தீட்ட வேண்டும்.

காதல் என்பது ஒரு நுட்பமான உணர்வு, கவிதை என்பதும் சொற்கள் வழியாக நுட்பமான உணர்வுகளைக் கடத்தும் ஒரு கருவி தான். காதலும், வாழ்வும் வசப்படப்பட கவிதையும் வசப்படும்.

யாவும் உனக்கு வசப்படட்டும்

வாழ்த்துகள்
கருணை பொழிக
நாணாற்காடன்
மாநிலச் செயலர்
தமிழ்நாடு கலை இலக்கியப் பெருமன்றம்
55,வி.நகர்-5,
இராசிபுரம்
நாமக்கல் மாவட்டம் 637 408
99427 14307
naanalbasho@yahoo.in

முதல் சுவாசம்

காதல் எல்லோருக்கும் பொதுவானது. சாதி, மதம், இனம், மொழிகளைக் கடந்து உள்ளுரத் தோன்றும் ஓர் அழகிய அவஸ்தை. உலகம் தோன்றி உயிர்கள் தோன்றிய நாள் முதலாய் ஆணும் பெண்ணுமாய் அனைத்து உயிருள்ள விலங்குகளும், பறவை இனங்களும் செடி, கொடிகள், மரங்கள் மற்றும் மனிதர்களும் காதல் செய்ய துவங்கினார்கள்.

அண்டமெங்கும் ஆளும் காதல் ஒவ்வொரு இளைஞர்களின் உயிருடன் பிணைந்து உள்ளத்து கவிதைகளாக அடைமழையாய் பொழியும். என் உள்ளத்து அடைமழையை பொழியவே கவிதைகளாகப் பிறந்த எழுத்துக்களையும், எனக்குள் உண்டான உணர்வுகளையும், விருப்பு வெறுப்புகளையும், காதலில் வேண்டியவை வேண்டாதவை, கண்டவை, ரசித்தவை என ஒவ்வொரு சூழலையும் கவிதைகளாக்கி உங்கள் முன் சமர்ப்பிக்கிறேன். என் கர்ப்பக்கால கவிதைகள் உங்களிடம் பிரசவம் அடைய உங்களின் மன மருத்துவமயையின் கதவைத் தட்டுகிறது. என்னையும் என் கவிதையின் முதல் பிரசவத்தையும் நீங்கள் ஒரு முறை படித்து முடிக்கும் பொழுதில் ஏதேனும் ஒரு கவிதையேனும் உங்கள் உள்ளத்தை தைத்திருக்குமெனில் அதுவே எனக்கு சுகப்பிரசவமாகும்.

எனக்கு உயிர்கொடுத்த, அம்மாவுக்கும் அப்பாவுக்கும் என் அன்பான நன்றிகள். நன்றியை மட்டும் சொல்லிக் கடந்துவிட முடியாத இன்னொரு தாயுமாய் இருந்துக்கொண்டிருக்கும் முருகேசன் மாமாவுக்கு என் பாசமான நன்றிகள்.

இப்படைப்பிற்கு அணிகலனாய் மின்னும், அணிந்துரை வழங்கிய தமிழ்நாடு கலை இலக்கியப் பெருமன்றத்தின் மாநிலச் செயலாளர் மற்றும் கவிஞர் நாணற்காடன் அண்ணா அவர்களுக்கு நெஞ்சினில் நீங்காமல் நிற்கும் நன்றிகளைப் படைக்கின்றேன்.

இலக்கிய உலகினுள் என்னையும் ஒரு கவிஞனாக அறிமுகம் செய்து, இந்நூலுக்கு பிழைகளையெல்லாம் களையெடுத்து, செம்மைப்படுத்தி, எந்நாளும் தமிழ்ப்பணியில் இயங்கிக்கொண்டிருக்கிற தமிழ்ச் செம்மொழி இலக்கிய மன்றத்தின் நிறுவனர் மற்றும் தலைவர் ரா.சிலம்பரசன் அண்ணா அவர்களுக்கு என் இதயத்தினுள் பூத்த நன்றி மலர்கள்.....

அள்ளித்தர அன்புடன்
வெ.சந்துரு

கவிநள்

artby_ishu

வெ.சந்துரு

கவிகளின் தலைவி

அவளின் அழகை
கவிகளில்
சொல்லிவிட எண்ணி
எதுகையும் மோனையும்
சேர்த்து
விழி வைத்து
மொழி வைத்து
உடை தைத்து
சடை பின்னி
மனம் வீசும்
மல்லிகை வைத்து
தாழம்பூ குங்குமம் இட்டு
கவிகளை எழுதி
முடிப்பதற்குள்
என் சுவாசத்தில்
கலந்து
உயிரில் பிணைந்து
என்னோடு
கலந்து விடுகின்றாள்
என் கவிகளின் தலைவி♥

காதல் சுவடுகள்

அடி மீது அடி வைத்து
உன் கரம் கோர்த்து
கால்கள் இரண்டும்
ஓய்ந்துபோகும் வரை
நடைபோடும்

நடந்து வந்த
பாதச்சுவடுகள்
அலையுடன் சேர்ந்து
ஆழியில் கரை சேர்க்கும்

கடந்து வந்த
காதல் சுவடுகள்
வாழ்க்கை நாடகத்தில்
அழகு சேர்க்கும்

பேசிக்கொண்டிருந்த
இதழின் சுவடுகள்
முத்தத்தில்
அழிந்துபோகும்

காதோரமாய்
சரிந்து விழும்
மயிர்களை விலக்கியே
விரல்கள் தேய்ந்து போகும்

மனதில் இப்படியான
அழியா சுவடுகள் ♥

வெ.சந்துரு

காதல் கனவு

புருவங்கள் இரண்டும்
வில்லென்று எதிரியாக நிற்க
சமாதானம் செய்து வைக்கிறது
இடை நின்ற பொட்டு

கொலைகள் செய்யும்
மைவிழிப் பார்வைகள்
இமைகள் மூடியே
சாந்தமாகின்றன

செந்தீ வண்ண
இதழ்கள்
முத்தங்கள் இட்டே
அணைத்துக்கொள்கின்றன

கழுத்தோர மச்சம்
மட்டும் மிச்சமாய்
அழகின் மொத்தமாய்
எனை ஆட்சி செய்கின்றது

இடையினைத் தாண்டிய
கூந்தல் நடக்கையில்
இடம் வலம் ஆடி
எனை ஆட்டி வைக்கின்றது

மெல்ல நடை போடும்
பாதங்கள் இரண்டும்
என் மார்பினில் முட்டி
ஆசைகள் தீர்க்கின்றன

கைகள் கோர்த்து
நடக்கையில்
எனக்கு முன்னரே
கை வளையல்கள் இரண்டும்
கானம் பாடுகின்றன❤

வெ.சந்துரு

இனியவள்

அவசரமான உலகத்தில்
அன்பு கொண்டவளை
அழகான
திராவிடத் தமிழச்சி உன்னை
நின்று ரசிக்கும் அளவிற்கு
நிகழ்காலத்து
இனியவளாக நீ♥

இளா

15

இளங்குயில் இசையெனப்
பேசி செல்கின்றாய்

வயிரமாய்
வண்ண நிலவாய்
மனதினில்
ஊஞ்சல் ஆடுகின்றாய்

ஊன் வாசம்
என் சுவாசமாகிப் போகிறது

ரசிக்கும் முகம்
ருசிக்கும் இதழ்
சங்கினது கழுத்து

மெல்லிய இடையினில்
துல்லியமாய் வரிகள்

அதில்
கவிதைகளாய்
எனது எழுத்து

பூ பூக்கும் பாதம்
அதில்
மும்மூன்று மணி கொண்ட
கால் கொலுசுகள்

வெ.சந்துரு

அவை
மீதமிருக்கும்
காதலையும்
கடத்திச் செல்கின்றன♥

தேவதை

கார்மேகங்களாய்
கருங்கூந்தல்
எப்போதும் தேய்ந்திடாத
பிறைமுகம்
மான் விழிப்பார்வை
தேன்துளி இதழ்
அன்ன நடை
அழகு பேச்சு
இவையாவும் கொண்ட
என் அழகான தேவதை
நீ ♥

வெ.சந்துரு

முழுமையான காதல்

விட்டுக்கொடுத்துப் போவதும்
விட்டுக்கொடுக்காமல்
இருப்பதும்தானே
நம்மை
பிடித்தவர்களுக்காக
நாம் செய்கின்ற
முழுமையான காதல் ♥

முத்தம்

இருதய சப்தங்களும்
ஒரு நொடி
நின்று யோசிக்கின்றன
நீ தரும்
முத்தத்தின்
சத்தம் கேட்க🖤

வெ.சந்துரு

காதல்

குழலாக நீ
காற்றாக நான்
இசையாக
நம் காதல் ♥

மாமன் மகள்

மாமா என்றழைக்க
மழையாய்
ஒரு
மாமன் மகள் ♥

வெ.சந்துரு

திரிவிளக்கு

எரிந்து சாம்பலாகும்
திரிகளாய் இருக்காதே
உன்னால் சிலர்
சில மணித்துளிகள்
மட்டுமே பயனடைவார்கள்
நிலையாய் நிற்கும்
விளக்காய் இரு
உன்னால் பலர்
பலருக்குப் பயன் தருவார்கள் ♥

ஊரடங்கு

பிடித்துப்போன
இரு மனங்கள்
பாராமல் போனது
ஊரடங்கில் ❤

வெ.சந்துரு

நிதர்சனம்

காதலுக்குக் கண்கள்
இல்லை என்பார்கள்
ஆனால்,
இங்கு பலருக்குக்
காதலிக்க
பெண்களே இல்லை
என்பதுதான் நிதர்சனம் ♥

முக்கிய வேண்டுகோள்

பொது இடங்களில்
அதிகமாய் சிரிக்காதே
முத்துக்கள்
சிதறிக் கிடைக்கின்றன
என சிலர்
எண்ணக்கூடும் ❤

வெ.சந்துரு

இரவுகள்

உன் நினைவுகளை
நெஞ்சோடு சேர்த்து
சுமந்து செல்கின்றது
ஒவ்வொரு இரவுகளும் ♥

முக்கிய அறிவிப்பு

நிலவைக் காணவில்லை
என எங்கும்
சுவரொட்டிகள்
உன் முகத்தைக்
காணாத சிலரின்
அறிவிப்பு🖤

நிலவைக் காணவில்லை
என எங்கும்
சுவரொட்டிகள்
உன் முகத்தைக்

வெ.சந்துரு

அவள்

கார்முகில் வண்ணமாக
கருநீள கூந்தல்

பிறையின் நெற்றி
அதில்
வண்ண நிலவாகப் பொட்டு

பேசாத இதழ்கள்
எப்போதும்
பேசிக்கொண்டே இருக்கும்
விழிகள்

அளவான புன்னகை
அளவில்லா அழகு

நிலவின்மேல் கரையாக
முகமெங்கும் மச்சங்கள்

நான் கவியெழுதியே
தீர்ந்துபோன வரிகளற்ற
மெல்லிய இடை

பூவின் இதழ்
போன்ற பாதங்கள்

இப்படியாக நீ ♥

புன்னகை

இதழ்கள் விரிந்து
கன்னங்கள் அசைந்து
இமைகள் சிறிது மூடியபடி
நீ சிந்தும்
புன்னகையில்
என் உயிர்நாடி
சற்று தாமதமாகும் நேரத்தில்
இருதயம் துடி துடிக்கின்றது
ஆனந்தமாய்
உன் பெயர் சொல்லி🖤

வெ.சந்துரு

நினைவுகள்

நிலவின் ஒளியில்
இரவின் மடியில்
தனிமையின் நிழலில்
உன் நினைவுகள் ♥

உன் முகம்

நாழி முழுதும்
உந்தன் முகம்
ஆழியின்
அலை போன்று
வந்து வந்து போகும் 🖤

வெ.சந்துரு

வழி(லி)கள்

வாழ்வில்
பல வலிகள்தான்
சில சிறந்த
வழிகளைக் காட்டும்

வலிகளை
ஏற்றுக்கொள்ள
கற்றுக்கொள்ளுங்கள்
வாழ்க்கை இனிமையாகும் ♥

கூந்தல்

உந்தன் முடியாத
கூந்தல்
என்னை
முடிந்துகொள்கின்றது🖤

வெ.சந்துரு

கீறல்கள்

கீறல்கள் இன்றி
எதுவும் முளைப்பதில்லை

மண்ணின் மீதான
கீறல்களில்தான்
விதைகள் மரம் ஆகின்றன

கல்லின் மீதான
கீறல்களில்தான்
சிற்பங்கள் தோன்றுகின்றன

வாழ்வின் மீதான
கீறல்களில்தான்
அனுபவங்கள் பிறக்கின்றன

முயற்சியின் மீதான
கீறல்களில்தான்
வெற்றிகள் கிடைக்கின்றன

மனதின் மீதான
கீறல்களில்தான்
காதல் பிறக்கின்றன♥

திருடர்கள் ஜாக்கிரதை

தொண்ணூறுகளில்
சில தேவதைகள்
புவியில்
பிறந்திருக்கிறார்கள்
அவர்கள் கண்ணை
ஒருநாளும்
பார்த்துவிடாதீர்கள்
உங்களையே அவர்கள்
திருடவும் கூடும் ♥

விழி போர்

கத்தியின்றி
ரத்தமின்றி
யுத்தமொன்று
செய்கின்றாய்
விழியினால் 🖤

அன்பின் குறைவு

ஊரொடு ஒன்றி
ஒற்றுமையாய் வாழ்ந்து
ஆனந்தமாய்க் கூடி
கும்மியடித்து
வாழ்ந்து வந்த
அக்கம்பக்கத்து ஊர்களும்
அன்னிய தேசமாய் போயின
அன்பின் குறைவினால் ♥

இருள்

நீ இன்றி
போனதனால்
இன்பங்கள் இன்றி
இனிமையற்று
கவலைகள் கொஞ்சம் கூடி
துன்பங்கள் தூசியாகப் படிந்து
ஒளியின்றி
இருள் சூழ்ந்துகொண்டது
இதயத்தில் ♥

பயம்

உன் கரம் பிடித்து
காதல் செய்திட வேண்டும்
என்ற ஆசை

பயத்தைக் கரம் பிடித்ததால்
பாதியிலேயே நின்று போனது

இப்படிக்கு
கண்படும் தூரத்தில் காதல் 🖤

வெ.சந்துரு

சுமை

உன் நினைவுகளைச்
சுமப்பது என்னவோ
சுகம்தான்
ஆனால்,
எத்தனை ஆண்டுகளுக்குச்
சுமப்பது
என்றுதான் தெரியவில்லை
சுமையை இறக்கி
வைக்க வேண்டும்
என்றே தோன்றுகிறது
உந்தன்
மனம் மட்டும்
இன்னும் கிடைக்கவில்லை♥

ஏக்கம்

உன்னுடன்
பேசிய அந்த நொடிகள்
அப்படியே
நீண்டிருக்கக்கூடாதா?
என
ஏங்கி சாகின்றேன் 🖤

உன்னுடன்
பேசிய அந்த நொடிகள்

வெ.சந்துரு

அன்றில்

அன்றில் போல்
வாழ்ந்திட வேண்டும்

முப்பொழுதும்
பிரியாமல் வாழ்ந்திட வேண்டும்
பிரிய நேர்ந்தால்
கூவி அழைத்திட வேண்டும்

உறங்கும் போதும்
என் விழி
உன்மீது இருந்திட வேண்டும்
உறங்க நேர்ந்தால்
நம் கனவில்
நாம் வாழ்ந்திட வேண்டும்

பறக்க நேர்ந்தால்
ஒன்றாய் பறந்திட வேண்டும்
இறக்க நேர்ந்தால்
ஒன்றாய் இறந்திட வேண்டும்

அன்றிலாய் வாழ்ந்து
அன்றிலாய் வீழ்ந்துவிட வேண்டும் ♥

நிலவும் பெண்ணும்

நிலவும் பெண்ணும்
ஒன்றுதான்
சில வகைகளில்

எட்டியவனுக்கு ஆச்சர்யம்
எட்டாதவனுக்கு அதிசயம்

வளர்ந்து தேய்வதும்
தேய்ந்து வளர்வதுமாக நிலவும்
அலைந்து திரிவதும்
திரிந்து அலைய
வைப்பதாகப் பெண்ணும்

இரண்டும்
கொள்ளை அழகு கொண்டவை
எங்கு பார்க்கினும்
எப்படிப் பார்க்கினும்

வெண்ணிலா மீதான
அழகை கறையும்
பெண்ணிலா
மீதான அழகை
மச்சங்களும்
கூட்டுகின்றன 🖤

வெ.சந்துரு

பூவும் பெண்ணும்

பூவும் பெண்ணும்
ஒன்றுதான்
சில விதங்களில்

இரண்டும்
மென்மையான
இதழ்களைக் கொண்டவை
தீண்டும் வேளையில்
இன்பத்தைக் கொடுப்பவை

இரண்டும்
மெல்லிய குணம் கொண்டவை
தவறிய தீண்டலினால்
உடைந்துபோகக் கூடியவை

இரண்டும்
இயற்கையாகவே
மனம் கொண்டவை
சுவாசிப்பவர்களுக்கு
ஒரு வித
போதையைத் தருவன🖤

தேரும் பெண்ணும்

தேரும் பெண்ணும்
ஒன்று தான்
ஒரு வகையில்

நின்றாலும் அழகு
நடந்தாலும் அழகு🖤

வெ.சந்துரு

ஆழகி

ஒற்றைப் பெயர்தான்
ஆனால்
ஓராயிரம் கவி பாடும்
அழகு பெண் அவள்

ரம்பையும் அல்ல
ஊர்வசியும் அல்ல

விண்ணுலகில் பிறந்திட
தேவதையும் அல்ல

மண்ணுலகில் பிறந்திட
மானிடப் பெண்ணும் அல்ல

இரண்டையும் தாண்டி
என் உயிரினில் கலந்திட
உயிரானவள்

கண்ணின் மணியானவள்
இதயத்தின் குருதியில்
கலந்தோடும் துடிப்பானவள் ❤

ஐரின்

குறை இல்லா
பிறை முகம்
அழகு முழுதும்
ஆளுகின்ற நுதல்
மயில் தோகையென
இரு புருவங்கள்
அதற்கு இடையில்
சிவப்பு வண்ண பொட்டு
இதழ்கள் அசைந்திடாத
அழகு புன்னகை
கடவுளின் தேசத்தில்
பிறந்த
தேவதை அவள் ♥

வெ.சந்துரு

உன்னோடு

உன் கரம் பிடித்து
உன் தோள் சாய்ந்து
உன் பார்வையில் இருந்து
உன் புன்னகையில் தவழ்ந்து
உன் மார்பினில் உறங்கி
உன் பாதத்தில் கிடந்து
உன் வழியில் நடந்து

இப்படியாக
உன்னோடு
உனக்காக
என் வாழ்க்கை
மெல்ல தீர்ந்து போகட்டும்🖤

கேள்விகள்

உந்தன் கண்ணில்
உள்ள கருவிழிகளில்
கலந்துவிடவா?

உந்தன் மூச்சுக் காற்றின்
வெப்பத்தில்
உருகிவிடவா?

உந்தன் இரவுகளில்
என்னையும்
சேர்த்துக்கொள்ளவா?

உந்தன் நெஞ்சில்
சாய்ந்துகொண்டு
உறங்கிடவா?

உந்தன் கரம் பிடித்து
காலம் தோறும்
நடைபோடவா?

உந்தன் உயிரில்
எந்தன் உயிரையும்
இணைத்துவிடவா?

என்னையும் உன்னோடு
சேர்த்துக்கொள்வாயா?? ❤

வெ.சந்துரு

தேடல்

ஆழியின்
ஆழம் தீரும் மட்டும்
தேடிப் பார்க்கின்றேன்

வானின்
நீலம் தேயும் மட்டும்
தேடிப் பார்க்கின்றேன்

உறங்கும்
இரவுகளில்
உறங்கிடாமல்
தேடிப் பார்க்கின்றேன்

உன்னைத் தேடும்
எண்ணம் ஓயும் வரை
தேடிப் பார்க்கின்றேன்

இப்படிக்கு
உன்னைத்
தேடிக்கொண்டிருக்கும்
நான் ♥

அனாதை

நடுநிசி வரை
பேசிக்கொண்டிருந்த
இரு மனங்களில்
ஒரு மனம்
இன்னுமொரு மனதை
விட்டு விட்டு
சென்றுவிட
இன்னுமொரு மனமோ
விடியலில் வரும்
குயிலின் கீதத்தையும்
கருங்காக்கையின் கானத்தையும்
கேட்க
அடைபட்ட வீட்டின்
அடைபடாத சன்னலின்
அருகினில்
அனாதையாய் 🖤

வெ.சந்துரு

சுவாசம்

எந்தன் இதயமும்
வெப்பம் கொள்கிறது
உந்தன்
மூச்சுக்காற்றை
நான் சுவாசிக்கும்
போதெல்லாம் ♥

நினைவோ ஒரு பறவை

நினைவோ ஒரு பறவை
யாரும் அற்ற
மனதில்
அங்கும் இங்கும்
அலைந்து திரிந்து
களைத்துப்போய்
அங்கேயே
மடிந்து விழுகிறது🖤

இரவல்

இரவலுக்கே
புது அர்த்தம் தந்தாய்
உந்தன் இதயம் கொடுத்து
எந்தன் இதயம் கேட்டபோது♥

கொள்ளைக் காட்சி

கொள்ளைக் கூட்டத்தில்
நீயும் ஒருத்தி
கடைக்கண் விழியில்
பார்த்தே என்னைக்
கொள்ளைக் கொள்கின்றாய்

வெண்மேகக் கூட்டத்தில்
நீயும் ஒருத்தி
எங்கு பார்க்கினும்
ஒரே வண்ணமாக
காட்சி தருகின்றாய் ♥

வெ.சந்துரு

அனுமதி வேண்டி விண்ணப்பம்

ஏதோ
நான்கு அறைகள்
உள்ளதாம் இதயத்தில்
ஒன்றிலாவது
அனுமதிப்பாயா என்று
விண்ணப்பம் போட்டேன்
அனுமதி வேண்டி ♥

மூக்குத்திக் கீறல்கள்

உன்னுடனான
ஒவ்வொரு இரவுகள்
கடந்த பின்பும்
இதழ்களின் ஓரங்களிலும்
மார்பின் இடையிலும்
உந்தன்
மூக்குத்திக் கீறல்கள் ♥

மச்சங்கள்

வெண்ணிலா
தேகத்தின் மீதான
அழகைக் கூட்டவா
அத்துனை மச்சங்கள் ♥

கைதி

உன் மீதான
தாக்குதல் காரணமாக
ஆயுள் தண்டனைக்
கைதியாக
திகார் சிறையில்
கதிரவன் ♥

வெ.சந்துரு

உயிர்ப்பு

வாடிய பூக்கள்
எல்லாம்
உன் தேகத்தில் பட்டு
மீண்டும்
உயிர் பெறுகின்றன ♥

விருதுகள்

விருதுகள்
முத்தங்கள் போல்
அவற்றை
கொடுப்பவர்களுக்கும் இன்பம்
பெறுபவர்களுக்கும் இன்பம்
உன்னிடம் இருந்து
சில விருதுகளுக்காக
என் கன்னங்களும்
இதழ்களும்
காத்திருக்கின்றன ♥

வெ.சந்துரு

உருக்கங்கள்

தீக்குச்சியிடம்
கடன் வாங்கி
தன்னுடைய உடல் உருக்கி
வெளிச்சம் தருகின்றன
மெழுகுவர்த்திகள்
ஆனால்,
உன் கண்ணொளியினைக்
கடன்வாங்கி
எரிந்துகொண்டிருக்கும்
எந்தன்
இதயம் மட்டும்
இருள் கொள்வது ஏனோ❤

பூக்கள்

அவள்
கூந்தல் ஏறிய
பூக்கள் எல்லாம்
வாடிய பின்பும்
வாழ்கின்றன
என் புத்தகத்தில் ♥

உன் முகம்

கரும் பலகையிலும்
வண்ணமயமாக
உன் முகம் ♥

வியர்வை

65

என்னவளின் கூந்தல் ஏறிய
மல்லியும்
முல்லையும் கூட
சற்று வாசம்
கூடிப்போகின்றன
அவளின் வியர்வையில்
நனைந்த பின் ❤

மருந்து

நான் உன்னைத்
தொலைக்கவில்லை
கனவிலாவது நீ எனக்குக்
கிடைத்து விடுகின்றாய்
நீ என் அருகில்
இல்லாமல் போனாலும்
தொலைவிலிருந்தே ரசிக்கத்தான் போகிறேன்
பார்ப்பதும் பேசுவதும்
யாருக்கும் இங்கு
நிரந்தரம் இல்லை
ஆனால்
நீ பேசாமல் போனால் மட்டும்
நிரந்தரமாகிப் போகின்றன வலிகள்
வலிகளுக்கு மருந்தாகிப்
போகின்றன
உன் நினைவுகள் ♥

உன் தொல்லை

உன் நினைவுகள்
வரும் போதெல்லாம்
வாடிய இதயத்தில்
பூ பூக்கும்
கடும் வெயிலும்
மழையாக மாறும்
அனல் காற்றும்
பனித் துளியாக மாறும்
இவை எல்லாம் தாண்டி
கண்ணின் ஓர நீர்த்துளிகள்
கடலாக மாறும்
இப்படி
அடிக்கடி உன் தொல்லைகள்🖤

வெ.சந்துரு

குறுஞ்செய்தி

உன்னுடைய
ஒவ்வொரு குறுஞ்செய்தியும்
என் இதயத் துடிப்பை
அழகாக மாற்றுகின்றன♥

கைப்பேசி காதல்

நாள் முழுவதும்
என்னோடு பயணிக்கிறாய்
நான் துன்பப்படும்
வேளையில் எல்லாம்
என்னைச் சிரிக்க வைக்கிறாய்
என்னோடு ஒட்டிக்கொண்டு
காதோடு பேசி
கன்னங்கள் உரசி
உன் இரவுகளை
என்னோடு மட்டும் கழித்து
என்
இன்பம்
துன்பம்
அழுகை
கனவு என
அனைத்தும் அறிந்தவள் நீ❤

வெ.சந்துரு

கனம்

உன் எடை
நாற்பத்தைந்துதான்
தோராயமாக
ஆனால்
உந்தன் நினைவுகள்
மட்டும்
அளவில்லா கனமாக
என் நெஞ்சில் ♥

மௌனம்

உன் மௌனத்திற்கு
எழுதும்
கவிதைகள் மட்டும்
முடிந்தபாடில்லை

உன் மௌனமே
அதிகம் பேசுகின்றன🖤

வெ.சந்துரு

வருத்தம்

கண்ணில் தூசியென
விழுந்து
விடாமல் என்னை
உறுத்துகின்றாய்

விழி பார்த்தும்
பேசாமல் என்னை
வருத்துகின்றாய் ♥

கசப்பு

நீ இல்லை
என்று உணரும்
நொடிகள் மட்டும்
கசந்து போகின்றன🖤

வெ.சந்துரு

என் இதயம்

உன்னைக் காணாது
கண்கள் இரண்டும்
கலங்கிப் போகின்றது

அந்தக் கண்ணீரில்
காதல் கொண்டு
உன்னைத் தேடி
மிதந்து போகின்றது
என் இதயம் ♥

அன்பின் எல்லை

கடந்துபோன சில நாட்களில்
உன்னைப் பற்றிய சிந்தனை
மட்டும்
மனதில் ஓடிக்கொண்டிருக்கிறது

உன்னிடம்
பேசும் போதெல்லாம்
தாயின் அன்பினைக்
காண்கிறேன்

நீ
மற்றுமொரு தாய்
என்று உணரும் தருணத்தில்
தூரமாய் போகின்றாய்

அடிக்கடி நினைக்க
வைக்கின்றாய்

அடிக்கடி அழ
வைக்கின்றாய்

நீ பேசாமல் போகும்
நாட்கள் எல்லாம்
ஏனோ மனம் மட்டும்
எதையோ இழந்தது போல்
தவிக்கின்றது

இது உனக்குத்
தெரியாமல் கூட இருக்கலாம்

வெ.சந்துரு

நானும் உன்னிடம்
சொல்லியதும் இல்லை

அன்பு ஒன்றும்
சொல்லித் தீர்ந்து விடுவதில்லை

உந்தன் மீதான
அன்பு
தீர்ந்து போனதும் இல்லை
தீர்ந்து போவதும் இல்லை♥

அதிசயம்

கார்மேகக் கூந்தலில்
கனகாம்பரம் பூச்சூடி
கெண்டைக்கால் கணுவில்
கொலுசு மாட்டி
நெற்றியின் நடுவில்
சந்தனம் பூசி
மின்னிடும் நட்சத்திரத்தை
எடுத்து வந்து மூக்கு குத்தி
எஞ்சியவைகள் யாவும்
மச்சமாய்
தேகமெங்கும் சிதறிக் கிடக்க
சிவப்பு வண்ண சேலைக் கட்டி
சாலையில் நடந்து செல்ல
பார்க்கும் விழிகள் யாவும்
திக்கி நிற்கின்றன
அதிசயப் பெண் என்று♥

வெ.சந்துரு

காட்சி

கார்மேகக் கருப்பாய்
மயிர்களையும்
கரு கரு
விழிகளையும்
கோவப்பழ
இதழ்களையும்
கழுத்தோரமாய் சிறு சிறு
மச்சங்களையும்
ஆங்காங்கே வெளிப்படும்
தேமல்களையும்
மார்பின் இடையில்
சிறு தழும்பையும்
கைப்பிடி அளவில்
இடையினையும்
பட்டு கொண்டு
நெய்த பாதங்களையும்
கொண்டு
காட்சி தருகின்றாய் ♥

வெளிப்படை

79

உன்னிடம் பிடித்தவை
உந்தன்
வெளிப்படைத் தன்மைதான்

ஆனால்
உன்னை நான்
காணும் போதெல்லாம்
ஒளித்துக் கொள்கின்றாய் ♥

வெ.சந்துரு

மறதி

அடர் நீல நிற தாவணி
மஞ்சள் வண்ண ரவுக்கை
தரையில் தேயும் பாவாடை
நெற்றி நிறைய
சிவப்பு சேர்ந்த சந்தனம்
இடை தாண்டிய கூந்தலில்
இரண்டு மொழத்தில் மல்லிகை
கொண்டு
நீ நடக்கையில்
உன்னைத் தொடர்ந்து
என்னை மறந்தேன் ♥

மோதிரம்

உன்னோடு
நான் மாற்றிக்கொண்ட
உலோக வளையம்
மட்டும் அல்ல
உன்
உயிரோடு சேர்த்து
பிணைத்துக் கொண்ட
ஒரு காதல் ரீங்காரம் தான்
இந்த மோதிரம் 🖤

வெ.சந்துரு

பார்வை

இதயத்தை
முள்ளாக
குத்திக் கிழித்துக்
கொண்டிருக்கின்றது
உன் பார்வை🖤🖤🖤

ஒருதலைக் காதல்

ஓராயிரம் விழிகள் இருப்பினும்
அந்த இரு விழிகளை மட்டும்
தேட வைக்கும்

வகுப்பறையில் அவள்
இல்லையேல்
மனதை வாட வைக்கும்

மறைந்தபடி
ரசிக்க வைக்கும்

கவலைகள் மறந்தபடி
சிரிக்க வைக்கும்

ஓர விழிப் பார்வையால்
வெட்கப்பட வைக்கும்

இப்படியாக
உலகத்தில் ஓர் அன்பை
வாழ வைக்கும்
இந்த ஒருதலைக் காதல் ♥

வெ.சந்துரு

புரிதல்

கன்னத்தில் கேட்கின்றேன்
இதழ்களில் தருகின்றாய்
சண்டைகள் செய்கின்றேன்
சமாதானம் செய்கின்றாய்
விடியும் வரை போதும்
என்கின்றேன்
விடியல் கூடாது என்கின்றாய்
இரு பிள்ளைகள்
போதும் என்கின்றேன்
இரு பிள்ளைகள்
தத்தெடுத்துக் கொள்கின்றாய்
வாழ்க்கையில் மட்டுமல்ல
வாழ்க்கைக்கே துணையாகின்றாய்
இப்படிப்பட்ட புரிதல்கள்
உனக்கும் எனக்கும் ♥

இழப்பீடு

முத்தம் இடுகின்ற
வேளையில்
குத்துகின்ற மீசை மீது
நஷ்ட ஈடு கேட்டு
இழப்பீடாக
நூறு முத்தங்கள்
கேட்கின்றாய் ♥

வெ.சந்துரு

ஆராய்ச்சி

உன்
இதழ்களில் உள்ள
வரிகளை மட்டும்
ஆய்ந்து முடியவில்லை🖤

வருத்தங்கள்

உன்னைப் பற்றி
எழுதப்படாத
கவிகளும்
காவியங்களும்
பாடல்களும்
படைப்புகளும்

உன்னைக் கண்டிராத
விழிகளும்
உன்னிடம் பேசிடாத
இதழ்களும்

வருத்தம் கொள்கின்றன🖤

வெட்கம்

ஆண்களும்
சற்று
வெட்கம் கொள்ளக்கூடும்
உன்
வெட்கத்தைக் கண்டால் ♥

தித்திப்பு

கரும்பு சாற்றின்
சலவையும்
முக்கனிகளின்
கலவையும்
சேர்த்து வைத்த
தித்திப்பு
உன் இதழ்களில் ♥

வெ.சந்துரு

ஏதோ ஒன்று

உன்னோடு இருக்கையில்
மட்டும்
இதயத்தை லேசாக்கி
சிறகு விரித்த பறவையாக
ஆனந்தமாய்
அங்கும் இங்கும்
அலைய வைக்கிறது
ஏதோ ஒன்று♥

திமிரு

ஒர விழி பார்வை
மட்டும் போதும்
எல்லோரும் சற்று
மிரண்டு போவார்கள்
என்னைத் தவிர

அந்த அளவில் இருக்கும்
திமிரு
உன் பார்வையில் ♥

வெ.சந்துரு

தாவணிப் பெண்கள்

நூல் கொண்டு
பல வண்ணங்களில்
நெய்த பூக்கள் கொண்ட
ரவுக்கையும்
பட்டு கொண்டு
நெய்யப்பட்ட
பல வண்ண
தாவணியும் கட்டிய
திராவிடத் தமிழச்சிகள்
திருவிழாவில்
நடந்து வர கண்டால்
அம்மனே ஊர்வலமாய்
வந்துச் செல்லும்
கொள்ளை அழகு கொண்டவர்கள்
எம்
தாவணிப் பெண்கள் ♥

தவம்

93

மயிர்கள் நரைத்து
பார்வைகள் மங்கி
நடைகள் தளர்ந்து
போகும்
வாழ்வின் முடிவில்
உன் மடியில்
வாழக்கையை
முடித்துக்கொள்ள
தவமாய் தவமிருந்து
காதல் செய்கின்றேன் ♥

வெ.சந்துரு

இன்பமாய்

தீராத காதலை
தந்துவிட்டு போகின்றாய்

தீண்டும் வேளையில்
முத்தங்கள் நூறு
தந்து போகின்றாய்

கோபம் கொள்ளும்
வேளையில்
திட்டித் தீர்க்கின்றாய்

வாழ்க்கை முழுதும்
உடன் இருக்க
ஆசைக் கொள்கின்றாய் ♥

ராவுகள்

மங்கலாய்
எரிந்து கொண்டிருக்கும்
விளக்கொளியின் வெளிச்சத்தில்
சன்னலின் வழியே
நிலவை ரசித்தபடி
உன்னோடு
நான் கொண்ட
உரையாடல்களையும்
ஊடல்களையும்
அசைபோட்டுக் கொண்டே
ஆனந்தமாய் கழிகின்றது
என் ராவுகள் ♥

வெ.சந்துரு

அழைப்பு

நேரம்
அதிகாலை
நான்கு மணி இருக்கும்
கைபேசியில்
மணியோசை ஒலிக்கிறது
எடுத்துப் பேசினேன்
அவள்தான்
குளிர் உடலை
வாட்டி எடுக்கும்
அந்நேரத்தில்
இதமான
தேநீர் அருந்த
அழைக்கின்றாய்
காதலோடு ♥

கட்டளைகள்

கைகள் கோர்த்துக் கொள்
இறுக்கமாய் கட்டியணை
உன் மூச்சுக் காற்று
என்னுள்
போகும் வரை
இன்னும் இறுக்கமாய்
கட்டியணைத்து
முகம் தவிர்த்து
பிற இடங்களில்
எச்சிலால் என்னைச்
சுத்தம் செய்
பற்களின் தடம்
தெரியும் வரையில்
முத்தமிட்டுக் கொள்
மோகம் தீர்ந்து போகும் வரை
என்னை ஏதாச்சும்
செய்து கொண்டே இரு
இரவு முழுதும்
என் மீது நீயும்
உன் மீது நானுமாய்
உறங்கி இருந்து
விடிந்து போகட்டும்
என
ஆசையாய்
கட்டளைகள் இடுகின்றாய் 🖤

வெ.சந்துரு

என்னுள் நீ

இதயத்தின் இருளில்
காதலின் தீபமாய்
எரிந்து
கொண்டிருக்கின்றாய்
என்னுள் நீ♥

பரிமாற்றம்

இரு
மாமரத்தின் கிளையில்
மொழிகள் இன்றி
கீச்சிடும் ஓசைகளில்
காதலைப்
பரிமாறிக் கொண்டிருந்தன
இரு பறவைகள் ❤

வெ.சந்துரு

தொண்ணூறுகளின் காதல்

எங்களைப் பொருத்தமட்டில்
பிடித்துப் போனால்
அது காதல்தான்
Crush
Affection
இவைகள் எல்லாம்
தற்போதைய காதலுக்கு
அர்த்தங்கள் கொடுப்பவை
FLAMES – ல்
LOVE எனும் வார்த்தை
வந்தால் மகிழ்ச்சி
MARRIAGE எனும் வார்த்தை
வந்தால் அதீத மகிழ்ச்சி

பின் தொடர்தல் மட்டும்
வாடிக்கையாகிப் போகும்
பேச ஆரம்பித்தால் மட்டும்
வேடிக்கையாகிப் போகும்
அவள் வீட்டை
நண்பர்களோடு
சுற்றிவர தோன்றும்
அவள் அப்பன் வந்தால்
மரியாதையாய்
பேசத் தோன்றும்
அவள் அம்மா வந்தால்
காலில் விழுந்து
ஆசிர்வாதம் வாங்க தோன்றும்
சொல்லாமல்
கடந்துபோன காதலும் உண்டு
பார்த்துக்கொண்டே
கடந்துபோன காதலும் உண்டு

சொல்லிய காதலுக்கு காத்து நிற்போம்
கடைசி வரையில்
அவளுக்கு
துணையாக இருப்போம்

இதுதான்
எங்கள் காதல் ❤

வெ.சந்துரு

வெ.சந்துரு